ਨੀਤਾ ਹਸਪਤਾਲ ਗਈ

Nita Goes to Hospital

Story by Henriette Barkow

Models and Illustrations by Chris Petty

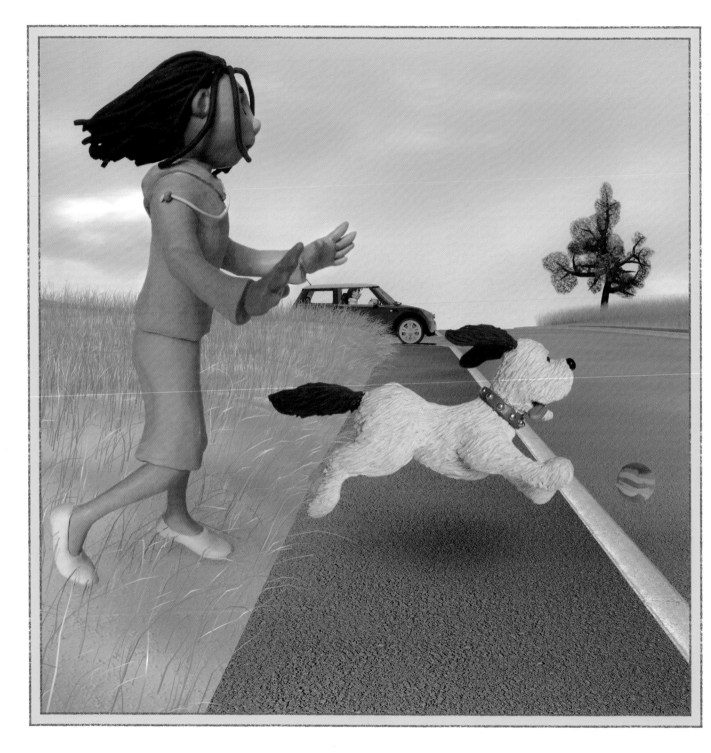

ਨੀਤਾ ਅਤੇ ਰੌਕੀ ਗੇਂਦ ਨਾਲ ਖੇਡ ਰਹੇ ਸਨ। "ਬੋਚ!" ਉਹ ਚੀਕੀ। ਰੌਕੀ ਟੱਪਿਆ, ਗੇਂਦ ਬੋਚ ਨਾ ਹੋਈ ਅਤੇ ਉਹ ਪਾਰਕ ਤੋਂ ਬਾਹਰ ਅਤੇ ਸੜਕ ਵਿਚ ਗੇਂਦ ਮਗਰ ਨੱਸਿਆ। "ਰੁੱਕ! ਰੌਕੀ! ਰੁੱਕ!" ਨੀਤਾ ਚੀਕੀ। ਉਹ ਰੌਕੀ ਨੂੰ ਪਕੜਨ ਵਿਚ ਏਨੀ ਮਗਨ ਸੀ ਕਿ ਉਸ ਨੇ...

Nita was playing ball with Rocky. "Catch!" she shouted. Rocky jumped, missed and ran after the ball, out of the park and into the road. "STOP! ROCKY! STOP!" Nita shouted. She was so busy trying to catch Rocky that she didn't see...

ਕਾਰ ਨਹੀਂ ਦੇਖੀ।

the CAR.

ਡਰਾਈਵਰ ਨੇ ਜੋਰ ਨਾਲ ਬਰੇਕਾਂ ਮਾਰੀਆਂ। ਸਕਰੀਚ! ਪਰ ਦੇਰ ਹੋ ਗਈ ਸੀ! ਧੜੰਮ! ਕਾਰ ਨੀਤਾ ਵਿਚ ਲੱਗੀ ਅਤੇ ਉਹ ਕਰੀਚ ਆਵਾਜ਼ ਨਾਲ ਜਮੀਨ ਤੇ ਡਿੱਗੀ।

The driver slammed on the brakes. SCREECH! But it was too late! THUD! The car hit Nita and she fell to the ground with a sickening CRUNCH.

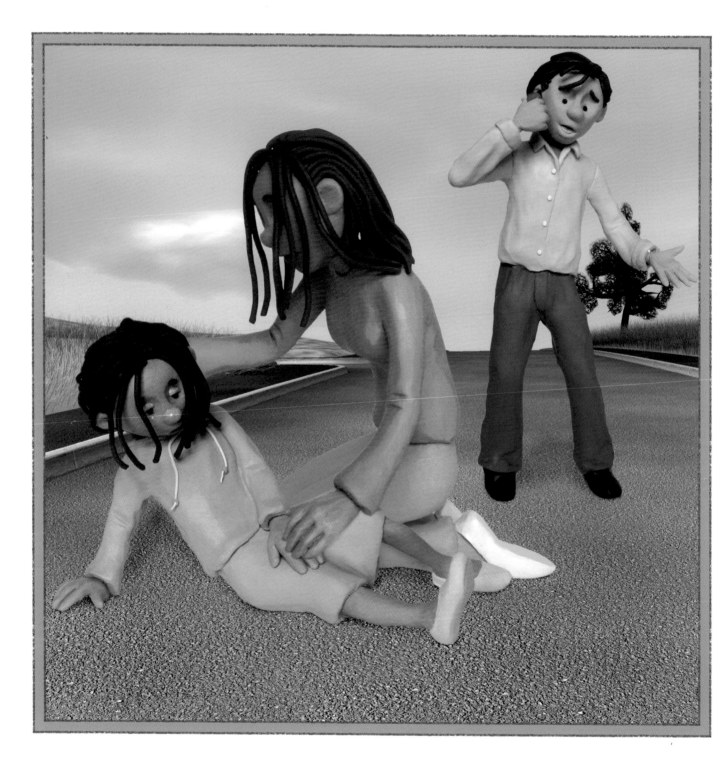

"ਨੀਤਾ!" ਮਾਂ ਚੀਕੀ। "ਕੋਈ ਐਂਬੂਲੈਂਸ ਬੁਲਾਓ!" ਉਹ ਨੀਤਾ ਦੇ ਵਾਲਾਂ ਵਿਚ ਦੀ ਹੱਥ ਫੇਰਦੀ ਅਤੇ ਉਸ ਨੂੰ ਪਕੜਦੀ ਹੋਈ ਚੀਕੀ।

ਡਰਾਈਵਰ ਨੇ ਐਂਬੂਲੈਂਸ ਲਈ ਫੋਨ ਕੀਤਾ।

"ਮਾਂ, ਮੇਰੀ ਲੱਤ ਦੁੱਖਦੀ ਹੈ," ਆਪਣੇ ਚੇਹਰੇ ਤੇ ਵੱਡੇ ਅੱਥਰੂ ਡਿਗਦਿਆਂ ਹੋਇਆਂ, ਨੀਤਾ ਰੋਂਦੀ ਨੇ ਆਖਿਆ।

"ਮੈਨੂੰ ਪਤਾ ਦੁੱਖਦੀ ਹੈ, ਪਰ ਨਾ ਹਿੱਲਣ ਦੀ ਕੋਸ਼ਿਸ਼ ਕਰ," ਮਾਂ ਨੇ ਆਖਿਆ।

"ਮਦਦ ਜਲਦੀ ਪਹੁੰਚ ਰਹੀ ਹੈ।"

"NITA!" Ma screamed. "Someone call an ambulance!" she shouted, stroking Nita's hair and holding her.
The driver dialled for an ambulance.
"Ma, my leg hurts," cried Nita, big tears rolling down her face.
"I know it hurts, but try not to move," said Ma. "Help will be here soon."

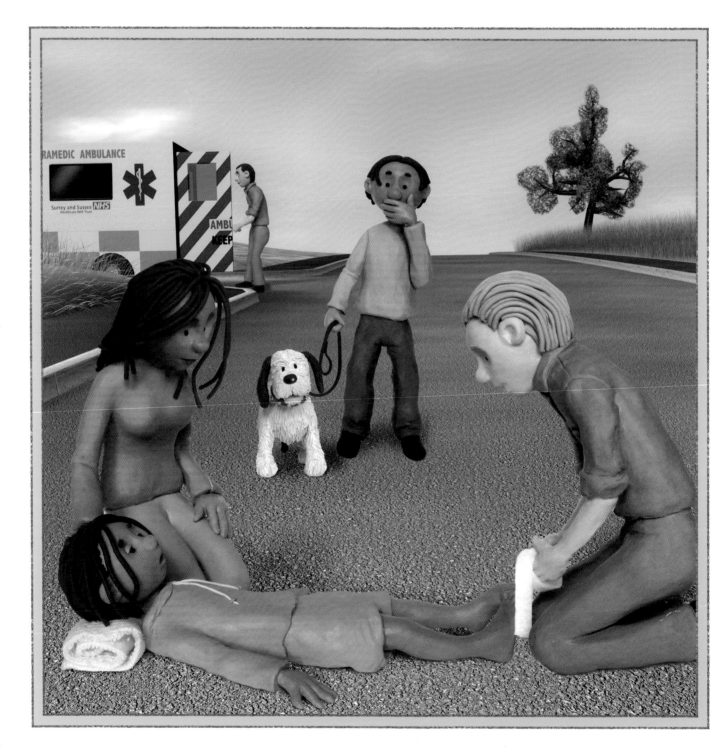

ਐਂਬੂਲੈਂਸ ਆ ਗਈ ਅਤੇ ਸਟਰੈਚਰ ਨਾਲ ਦੋ ਪੈਰਾਮੈਡਿਕ ਆਏ।

"ਹੈਲੋ, ਮੈਂ ਜੌਨ ਹਾਂ। ਤੇਰੀ ਲੱਤ ਬਹੁਤ ਸੁੱਜੀ ਹੈ। ਟੁੱਟੀ ਹੋ ਸਕਦੀ ਹੈ," ਉਸ ਨੇ ਆਖਿਆ।

"ਇਸ ਨੂੰ ਹਿਲਣੋ ਰੋਕਣ ਲਈ ਮੈਂ ਇਹ ਪੱਟੀਆਂ ਬੰਨਣ ਲੱਗਾ ਹਾਂ।"

ਨੀਤਾ ਨੇ ਕਚੀਚੀ ਵੱਟੀ। ਲੱਤ ਬਹੁਤ ਦੁੱਖ ਰਹੀ ਸੀ।

"ਤੂੰ ਬਹਾਦਰ ਲੜਕੀ ਹੈਂ," ਐਂਬੂਲੈਂਸ ਵਿਚ ਉਸ ਨੂੰ ਸਟਰੈਚਰ ਉਪਰ ਪਾ ਕੇ ਹੌਲੀ ਹੌਲੀ ਲਿਜਾਂਦਿਆਂ ਹੋਇਆਂ ਉਸ ਨੇ ਆਖਿਆ। ਮਾਂ ਵੀ ਐਂਬੂਲੈਂਸ ਵਿਚ ਚੜ੍ਹ ਗਈ।

The ambulance arrived and two paramedics came with a stretcher.
"Hello, I'm John. Your leg's very swollen. It might be broken," he said. "I'm just going to put these splints on to stop it from moving."
Nita bit her lip. The leg was really hurting.
"You're a brave girl," he said, carrying her gently on the stretcher to the ambulance. Ma climbed in too.

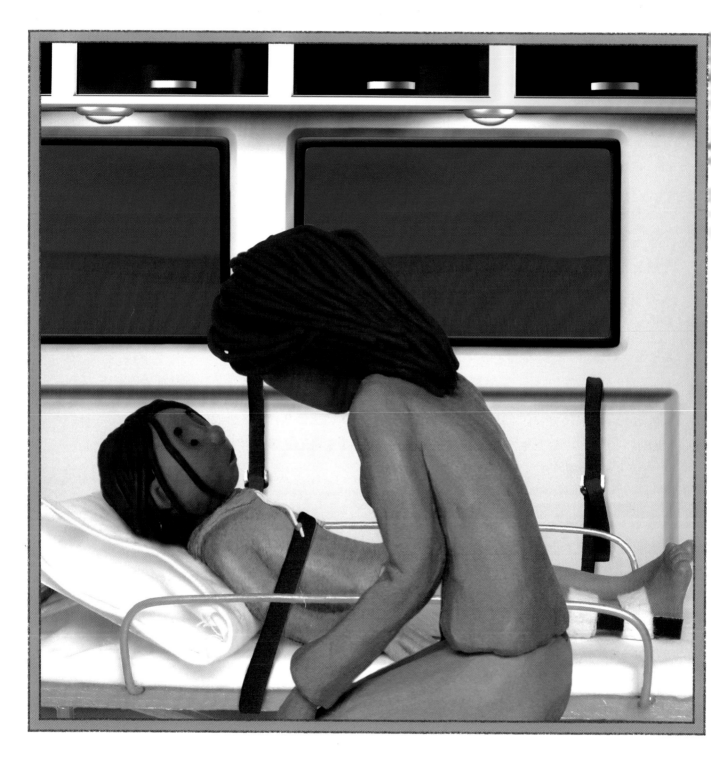

ਨੀਤਾ ਸਟਰੈਚਰ ਉਪਰ ਪਈ ਨੇ ਮਾਂ ਨੂੰ ਘੁੱਟ ਕੇ ਫੜਿਆ ਹੋਇਆ ਸੀ, ਜਦਕਿ ਐਂਬੂਲੈਂਸ ਸੜਕਾਂ ਵਿਚੋਂ ਦੀ ਨੱਸੀ ਜਾ ਰਹੀ ਸੀ - ਸਾਈਰਨ ਚੀਕਦੇ ਅਤੇ ਬੱਤੀਆਂ ਫਲੈਸ਼ ਹੁੰਦੀਆਂ - ਹਸਪਤਾਲ ਨੂੰ ਸਾਰੀ ਵਾਟ।

Nita lay on the stretcher holding tight to Ma, while the ambulance raced through the streets – siren wailing, lights flashing – all the way to the hospital.

ਦਰਵਾਜੇ ਦੇ ਹਰ ਪਾਸੇ ਲੋਕੀ ਸਨ। ਨੀਤਾ ਬਹੁਤ ਡਰਦੀ ਸੀ।

"ਓਹ ਹੋ, ਤੈਨੂੰ ਕੀ ਹੋਇਆ?" ਇਕ ਦੋਸਤਾਨੀ ਨਰਸ ਨੇ ਪੁੱਛਿਆ।

"ਕਾਰ ਮੇਰੇ ਵਿਚ ਵੱਜੀ ਅਤੇ ਮੇਰੀ ਲੱਤ ਬਹੁਤ ਦੁੱਖਦੀ ਹੈ," ਅਥਰੂ ਪਿਛਾਂਹ ਝਮਕਦਿਆਂ ਹੋਇਆ, ਨੀਤਾ ਨੇ ਆਖਿਆ।

"ਡਾਕਟਰ ਦੇ ਤੇਰੀ ਲੱਤ ਦੇਖਣ ਤੋਂ ਬਾਅਦ, ਅਸੀਂ ਤੈਨੂੰ ਤਕਲੀਫ ਲਈ ਕੁਝ ਦੇ ਦੇਵਾਂਗੇ," ਉਸ ਨੇ ਨੀਤਾ ਨੂੰ ਦੱਸਿਆ। "ਹੁਣ ਮੈਨੂੰ ਤੇਰਾ ਤਪਮਾਨ ਲੈਣ ਅਤੇ ਕੁਝ ਖੂਨ ਲੈਣ ਦੀ ਲੋੜ ਹੈ। ਤੈਨੂੰ ਛੋਟੀ ਜੇਹੀ ਸੂਈ ਚੁੱਬਦੀ ਮਹਿਸੂਸ ਹੋਵੇਗੀ।"

At the entrance there were people everywhere. Nita was feeling very scared.
"Oh dear, what's happened to you?" asked a friendly nurse.
"A car hit me and my leg really hurts," said Nita, blinking back the tears.
"We'll give you something for the pain, as soon as the doctor has had a look," he told her. "Now I've got to check your temperature and take some blood. You'll just feel a little jab."

RECEPTION

CASUALTY

X-RAY

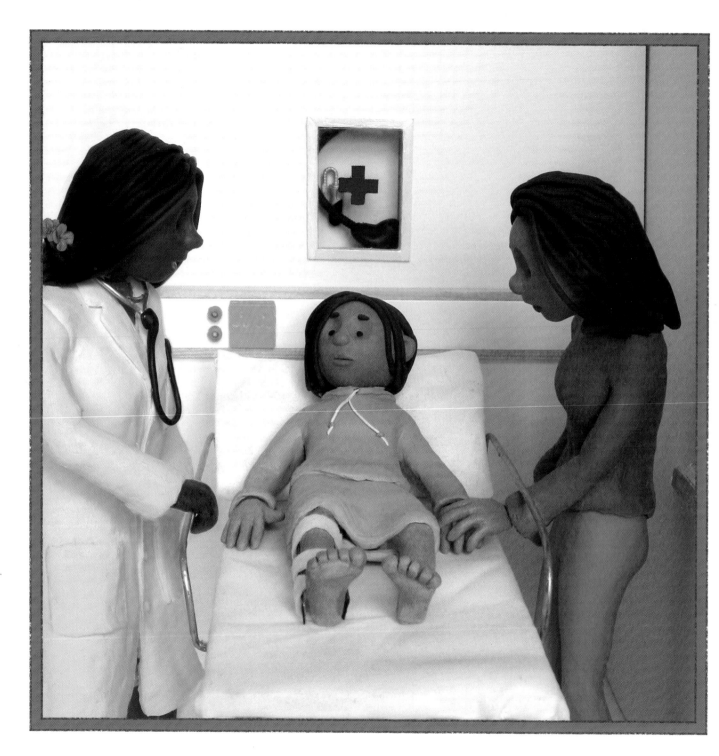

ਫਿਰ ਡਾਕਟਰ ਆਇਆ। "ਹੈਲੋ ਨੀਤਾ," ਉਸ ਨੇ ਆਖਿਆ। "ਓਹ ਹੋ, ਇਹ ਕਿਸ ਤਰ੍ਹਾਂ ਹੋ ਗਿਆ?"

"ਕਾਰ ਮੇਰੇ ਵਿਚ ਵੱਜੀ। ਮੇਰੀ ਲੱਤ ਬਹੁਤ ਦੁੱਖਦੀ ਹੈ," ਨੀਤਾ ਨੇ ਹਾਉਕਾ ਲੈਕੇ ਆਖਿਆ।

"ਤਕਲੀਫ ਰੋਕਣ ਲਈ ਮੈਂ ਤੈਨੂੰ ਕੁਝ ਦੇ ਦਿੰਦੀ ਹਾਂ। ਲਿਆ ਮੈਂ ਤੇਰੀ ਹੁਣ ਲੱਤ ਦੇਖਾ," ਡਾਕਟਰ ਨੇ ਆਖਿਆ। "ਹਮਮ, ਟੁੱਟੀ ਹੋਈ ਲੱਗਦੀ ਹੈ। ਵਿੱਚੋਂ ਦੇਖਣ ਲਈ ਸਾਨੂੰ ਐਕਸਰੇ ਲੈਣ ਦੀ ਲੋੜ ਹੈ।"

Next came the doctor. "Hello Nita," she said. "Ooh, how did that happen?"
"A car hit me. My leg really hurts," sobbed Nita.
"I'll give you something to stop the pain. Now let's have a look at your leg," said the doctor. "Hmm, it seems broken. We'll need an x-ray to take a closer look."

ਇਕ ਦੋਸਤਾਨਾ ਪੋਰਟਰ ਨੀਤਾ ਨੂੰ ਵੀਲਚੇਅਰ ਵਿਚ ਅਕਸਰੇ ਵਿਭਾਗ ਵਿਚ ਲੈ ਗਿਆ ਜਿੱਥੇ ਬਹੁਤ ਲੋਕੀ ਉਡੀਕ ਕਰ ਰਹੇ ਸਨ।
ਅੰਤ ਵਿਚ ਨੀਤਾ ਦੀ ਵਾਰੀ ਆਈ। "ਹੈਲੋ ਨੀਤਾ," ਰੇਡੀਓਗਰਾਫਰ ਨੇ ਆਖਿਆ।
"ਇਸ ਮਸ਼ੀਨ ਨਾਲ ਮੈਂ ਤੇਰੀ ਲੱਤ ਦੀ ਅੰਦਰੋਂ ਤਸਵੀਰ ਖਿੱਚਣੀ ਹੈ," ਉਸ ਨੇ ਐਕਸਰੇ ਮਸ਼ੀਨ ਵੱਲ ਇਸ਼ਾਰਾ ਕਰਦੀ ਨੇ ਆਖਿਆ। "ਫਿਕਰ ਨਾ ਕਰ ਦੁੱਖ ਨਹੀਂ ਲੱਗੇਗਾ। ਜਿਸ ਵੇਲੇ ਮੈਂ ਐਕਸਰੇ ਲਵਾਂ ਸਿਰਫ ਉਸ ਵੇਲੇ ਬਿਲਕੁਲ ਹਿੱਲੀ ਨਾ।"
ਨੀਤਾ ਨੇ ਸਿਰ ਹਿਲਾਇਆ।

A friendly porter wheeled Nita to the x-ray department where lots of people were waiting.
At last it was Nita's turn. "Hello Nita," said the radiographer. "I'm going to take a picture of the inside of your leg with this machine," she said pointing to the x-ray machine. "Don't worry, it won't hurt. You just have to keep very still while I take the x-ray."
Nita nodded.

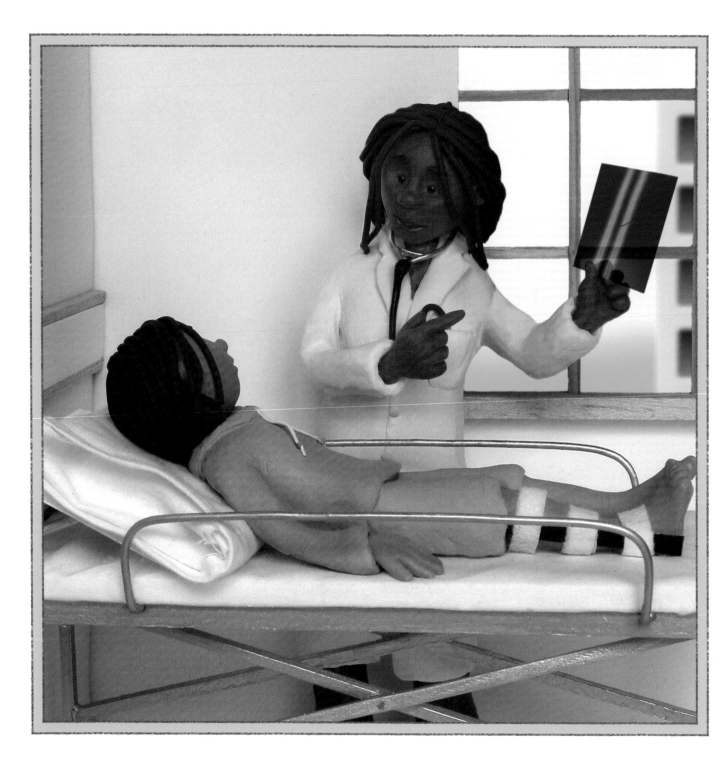

ਥੋਹੜੀ ਦੇਰ ਬਾਅਦ ਡਾਕਟਰ ਐਕਸਰੇ ਲੈ ਕੇ ਆਈ। ਉਸ ਨੇ ਉਤਾਂਹ ਚੁਕਿਆ ਤਾਂ ਨੀਤਾ ਨੂੰ ਆਪਣੀ ਲੱਤ ਅੰਦਰਲੀ ਹੱਡੀ ਦਿਸਦੀ ਸੀ!

"ਜਿਸ ਤਰ੍ਹਾਂ ਮੈਂ ਸੋਚਿਆ ਸੀ," ਡਾਕਟਰ ਨੇ ਆਖਿਆ। "ਤੇਰੀ ਲੱਤ ਟੁੱਟੀ ਹੋਈ ਹੈ। ਇਸ ਨੂੰ ਸੈਟ ਕਰਕੇ ਉੱਪਰ ਪਲਾਸਤਰ ਕਰਨਾ ਪਵੇਗਾ। ਇਸ ਤਰ੍ਹਾਂ ਕਰਨ ਨਾਲ ਹੱਡੀ ਟਿਕਾਣੇ ਤੇ ਰਹਿ ਕੇ ਜੁੜ ਜਾਵੇਗੀ। ਪਰ ਇਸ ਵੇਲੇ ਤੇਰੀ ਲੱਤ ਜ਼ਿਆਦਾ ਸੁੱਜੀ ਹੋਈ ਹੈ। ਤੈਨੂੰ ਰਾਤ ਹਸਪਤਾਲ ਰਹਿਣਾ ਪਵੇਗਾ।"

A little later the doctor came with the x-ray. She held it up and Nita could see the bone right inside her leg!
"It's as I thought," said the doctor. "Your leg is broken. We'll need to set it and then put on a cast. That'll hold it in place so that the bone can mend. But at the moment your leg is too swollen. You'll have to stay overnight."

ਪੋਰਟਰ ਨੀਤਾ ਨੂੰ ਵੀਲਚੇਅਰ ਵਿਚ ਬੱਚਿਆਂ ਦੇ ਵਾਰਡ ਵਿਚ ਲੈ ਗਿਆ। "ਹੈਲੋ ਨੀਤਾ। ਮੇਰਾ ਨਾਂ ਰੋਜ਼ ਹੈ ਅਤੇ ਮੈਂ ਤੇਰੀ ਵਿਸ਼ੇਸ਼ ਨਰਸ ਹਾਂ। ਮੈਂ ਤੇਰੀ ਦੇਖ-ਭਾਲ ਕਰਾਂਗੀ। ਤੂੰ ਐਨ ਠੀਕ ਸਮੇਂ ਤੇ ਆਈ ਹੈ," ਉਹ ਮੁਸਕਰਾਈ।

"ਕਿਊਂ?" ਨੀਤਾ ਨੇ ਪੁੱਛਿਆ।

"ਕਿਊਂਕਿ ਹੁਣ ਖਾਣ ਦਾ ਸਮਾਂ ਹੈ। ਤੈਨੂੰ ਬੈਡ ਵਿਚ ਪਾ ਦਿੰਦੇ ਹਾਂ ਅਤੇ ਫਿਰ ਤੂੰ ਖਾਣਾ ਲੈ ਸਕਦੀ ਹੈ।"

ਨਰਸ ਰੋਜ਼ ਨੇ ਨੀਤਾ ਦੀ ਲੱਤ ਦੁਆਲੇ ਕੁਝ ਬਰਫ਼ ਰੱਖ ਦਿੱਤੀ ਅਤੇ ਉਸ ਨੂੰ ਇਕ ਵਾਧੂ ਸਿਰਾਣਾ ਦਿੱਤਾ ਉਸ ਦੇ ਸਿਰ ਲਈ ਨਹੀਂ... ਪਰ ਉਸ ਦੀ ਲੱਤ ਲਈ।

The porter wheeled Nita to the children's ward. "Hello Nita. My name's Rose and I'm your special nurse. I'll be looking after you. You've come just at the right time," she smiled.

"Why?" asked Nita.

"Because it's dinner time. We'll pop you into bed and then you can have some food."

Nurse Rose put some ice around Nita's leg and gave her an extra pillow, not for her head... but for her leg.

ਖਾਣੇ ਤੋਂ ਬਾਅਦ ਪਿਤਾ ਜੀ ਅਤੇ ਜੇ ਆਏ। ਪਿਤਾ ਜੀ ਨੇ ਉਸ ਨੂੰ ਘੁੱਟ ਕੇ ਜੱਫੀ ਪਾਈ ਅਤੇ ਉਸਦੀ ਮੰਨਪਸੰਦ ਖੇਡ ਦਿੱਤੀ।

"ਸਾਨੂੰ ਆਪਣੀ ਲੱਤ ਦਿਖਾਲ?" ਜੇ ਨੇ ਪੁੱਛਿਆ। "ਅੱਹ! ਏਨੀ ਭੈੜੀ। ਕੀ ਦੁੱਖਦੀ ਹੈ?"

"ਬਹੁਤ," ਨੀਤਾ ਨੇ ਆਖਿਆ, "ਪਰ ਮੈਨੂੰ ਇਨ੍ਹਾਂ ਨੇ ਪੇਨ-ਕਿਲਰ ਦਿੱਤੇ ਹਨ।"

ਨਰਸ ਰੋਜ਼ ਨੇ ਦੁਬਾਰ ਨੀਤਾ ਦਾ ਤਪਮਾਨ ਲਿਆ। "ਹੁਣ ਸੌਣ ਦਾ ਸਮਾਂ ਹੈ," ਉਸ ਨੇ ਕਿਹਾ। "ਪਿਤਾ ਜੀ ਅਤੇ ਤੇਰੇ ਭਰਾ ਨੂੰ ਜਾਣਾ ਪੈਣਾ ਹੈ ਪਰ ਮਾਂ ਰਹਿ ਸਕਦੀ ਹੈ... ਸਾਰੀ ਰਾਤ।"

After dinner Dad and Jay arrived. Dad gave her a big hug and her favourite toy.
"Let's see your leg?" asked Jay. "Ugh! It's horrible. Does it hurt?"
"Lots," said Nita, "but they gave me pain-killers."
Nurse Rose took Nita's temperature again. "Time to sleep now," she said.
"Dad and your brother will have to go but Ma can stay... all night."

ਅਗਲੀ ਸਵੇਰ ਡਾਕਟਰ ਨੇ ਪਹਿਲਾਂ ਨੀਤਾ ਦੀ ਲੱਤ ਦੇਖੀ। "ਖੂਬ ਹੁਣ ਤਾਂ ਇਹ ਕਾਫੀ ਠੀਕ ਲੱਗਦੀ ਹੈ," ਉਸ ਨੇ ਕਹਿਆ। "ਮੇਰਾ ਖਿਆਲ ਹੈ ਕਿ ਹੁਣ ਇਸ ਨੂੰ ਸੈਟ ਕਰ ਸਕਦੇ ਹਾਂ।"

"ਇਸ ਦਾ ਕੀ ਮਤਲਬ ਹੈ?" ਨੀਤਾ ਨੇ ਪੁੱਛਿਆ।

"ਅਸੀਂ ਤੈਨੂੰ ਸੁਲਾਉਣ ਲਈ ਬੇਹੋਸ਼ੀ ਦੀ ਦਵਾਈ ਦੇਨੀ ਹੈ। ਫਿਰ ਅਸੀਂ ਹੱਡੀ ਨੂੰ ਸਹੀ ਥਾਂ ਤੇ ਧੱਕ ਕੇ ਕਰਾਂਗੇ ਅਤੇ ਪਲਾਸਤਰ ਨਾਲ ਉਥੇ ਬੰਨ ਦੇਵਾਂਗੇ। ਫਿਕਰ ਨਾ ਕਰ ਤੈਨੂੰ ਕੋਈ ਵੀ ਤਕਲੀਫ ਨਹੀਂ ਹੋਣੀ," ਡਾਕਟਰ ਨੇ ਆਖਿਆ।

Early next morning the doctor checked Nita's leg. "Well that looks much better," she said. "I think it's ready to be set."
"What does that mean?" asked Nita.
"We're going to give you an anaesthetic to make you sleep. Then we'll push the bone back in the right position and hold it in place with a cast. Don't worry, you won't feel a thing," said the doctor.

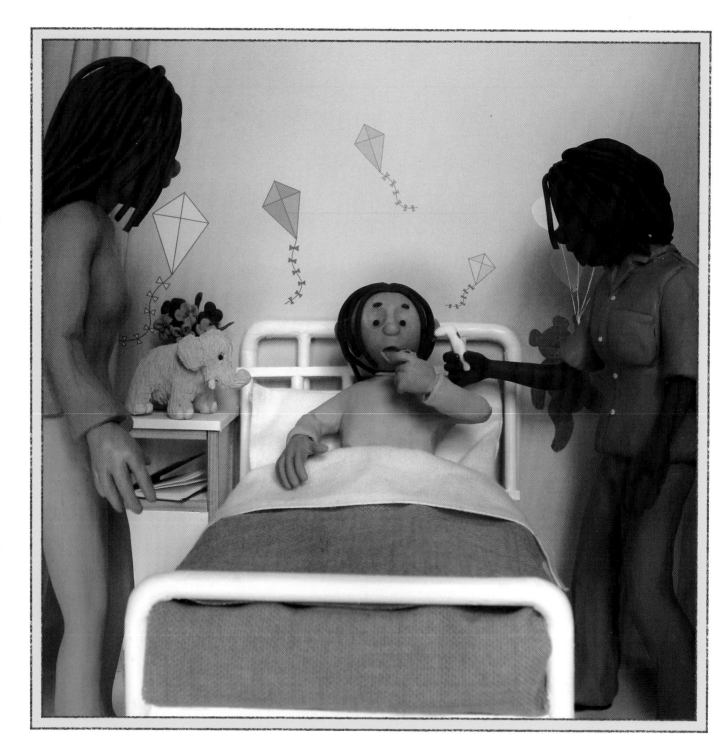

ਨੀਤਾ ਨੂੰ ਇਸ ਤਰ੍ਹਾਂ ਲੱਗਿਆ ਕਿ ਉਸ ਨੂੰ ਸੁੱਤੀ ਨੂੰ ਹਫਤਾ ਹੋ ਗਿਆ ਹੈ। "ਮੈਨੂੰ ਸੁੱਤੀ ਨੂੰ ਕਿਨ੍ਹਾਂ ਸਮਾਂ ਹੋ ਗਿਆ ਹੈ, ਮਾਂ?" ਉਸ ਨੇ ਪੁੱਛਿਆ।

"ਸਿਰਫ ਇਕ ਘੰਟਾ ਹੀ," ਮਾਂ ਮੁਸਕਰਾਈ।

"ਹੈਲੋ ਨੀਤਾ," ਨਰਸ ਰੋਜ਼ ਨੇ ਆਖਿਆ। "ਤੈਨੂੰ ਜਾਗਦੀ ਨੂੰ ਦੇਖ ਕੇ ਖ਼ੁਸ਼ ਹਾਂ। ਲੱਤ ਕਿਸ ਤਰ੍ਹਾਂ ਹੈ?"

"ਠੀਕ ਹੈ, ਪਰ ਬਹੁਤ ਭਾਰੀ ਅਤੇ ਆਕੜੀ ਹੋਈ ਲੱਗਦੀ ਹੈ," ਨੀਤਾ ਨੇ ਆਖਿਆ।

"ਮੈਂ ਕੁਝ ਖਾਣ ਨੂੰ ਲੈ ਸਕਦੀ ਹਾਂ?"

"ਹਾਂ, ਖਾਣ ਦਾ ਸਮਾਂ ਹੋਣ ਵਾਲਾ ਹੈ," ਰੋਜ਼ ਨੇ ਆਖਿਆ।

Nita felt like she'd been asleep for a whole week. "How long have I been sleeping, Ma?" she asked.
"Only about an hour," smiled Ma.
"Hello Nita," said Nurse Rose. "Good to see you've woken up. How's the leg?"
"OK, but it feels so heavy and stiff," said Nita. "Can I have something to eat?"
"Yes, it'll be lunchtime soon," said Rose.

ਦੁਪੈਹਰ ਦੇ ਖਾਣੇ ਤੱਕ ਨੀਤਾ ਬਹੁਤ ਚੰਗੇਰਾ ਮਹਿਸੂਸ ਕਰ ਰਹੀ ਸੀ। ਨਰਸ ਰੋਜ਼ ਨੇ ਉਸ ਨੂੰ ਵੀਲਚੇਅਰ ਵਿਚ ਬੈਠਾਲ ਦਿੱਤਾ ਤਾਂ ਕਿ ਉਹ ਦੂਸਰੇ ਬੱਚਿਆਂ ਕੋਲ ਜਾ ਸਕੇ।

"ਤੈਨੂੰ ਕੀ ਹੋਇਆ ਸੀ?" ਇਕ ਮੁੰਡੇ ਨੇ ਪੁੱਛਿਆ।

"ਮੇਰੀ ਲੱਤ ਟੁੱਟ ਗਈ ਹੈ," ਨੀਤਾ ਨੇ ਆਖਿਆ। "ਅਤੇ ਤੈਨੂੰ?"

"ਮੇਰੇ ਕੰਨਾਂ ਤੇ ਓਪਰੇਸ਼ਨ ਹੋਇਆ ਸੀ," ਮੁੰਡੇ ਨੇ ਆਖਿਆ।

By lunchtime Nita was feeling much better. Nurse Rose put her in a wheelchair so that she could join the other children.
"What happened to you?" asked a boy.
"Broke my leg," said Nita. "And you?"
"I had an operation on my ears," said the boy.

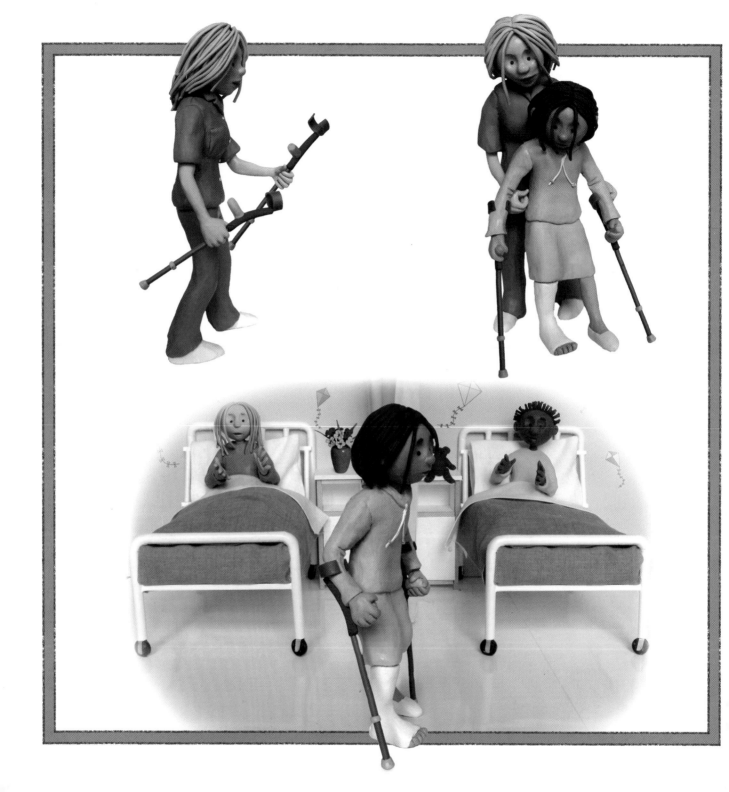

ਦੁਪੈਹਰ ਨੂੰ ਫ਼ੀਜ਼ੀਓਥੈਰਾਪਿਸਟ ਫੋੜੀਆਂ ਲੈ ਕੇ ਆਈ। "ਲੈ ਫੜ ਨੀਤਾ। ਇਹ ਤੇਰੀ ਤੁਰਨ ਫਿਰਨ ਵਿਚ ਸਹਾਇਤਾ ਕਰਨਗੇ," ਉਸ ਨੇ ਆਖਿਆ।

ਲੱਗੜਾਉਂਦੀ ਅਤੇ ਡਗਮਾਉਂਦੀ, ਧੱਕਦੀ ਅਤੇ ਪਕੜੀ ਹੋਈ ਨੀਤਾ ਜਲਦੀ ਹੀ ਵਾਰਡ ਵਿਚ ਤੁਰਨ ਫਿਰਨ ਲੱਗ ਪਈ।

"ਸ਼ਾਬਾਸ਼," ਫ਼ੀਜ਼ੀਓਥੈਰਾਪਿਸਟ ਨੇ ਆਖਿਆ। "ਮੇਰੇ ਖਿਆਲ ਵਿਚ ਤੂੰ ਘਰ ਜਾਣ ਲਈ ਤਿਆਰ ਹੈਂ। ਮੈਂ ਤੈਨੂੰ ਦੇਖਣ ਲਈ ਡਾਕਟਰ ਲੈ ਕੇ ਆਉਂਦੀ ਹਾਂ।"

In the afternoon the physiotherapist came with some crutches. "Here you are Nita. These will help you to get around," she said.

Hobbling and wobbling, pushing and holding, Nita was soon walking around the ward.

"Well done," said the physiotherapist. "I think you're ready to go home. I'll get the doctor to see you."

ਉਸ ਸ਼ਾਮ ਮਾਂ, ਪਿਤਾ, ਜੇ ਅਤੇ ਰੌਕੀ ਨੀਤਾ ਨੂੰ ਲੈਣ ਆਏ।
"ਖੂਬ," ਜੇ ਨੇ ਨੀਤਾ ਦਾ ਪਲਾਸਤਰ ਦੇਖ ਕੇ ਆਖਿਆ। "ਕੀ ਮੈਂ ਇਸ ਉਪਰ ਡਰਾਅ ਕਰ ਸਕਦਾ ਹਾਂ?"
"ਹੁਣ ਨਹੀਂ! ਘਰ ਚੱਲਕੇ," ਨੀਤਾ ਨੇ ਆਖਿਆ। ਸ਼ਾਇਦ ਪਲਾਸਤਰ ਕੀਤਾ ਹੋਇਆ ਏਨ੍ਹਾ ਮਾੜਾ ਨਹੀਂ ਸੀ ਹੋਣਾ।

That evening Ma, Dad, Jay and Rocky came to collect Nita.
"Cool," said Jay seeing Nita's cast. "Can I draw on it?"
"Not now! When we get home," said Nita. Maybe having a cast wasn't going to be so bad.